THE MINDFUL CHICK
HÃY NHƯ LÀ CHÚ GÀ CON CÓ CHÁNH NIỆM

How to calm ourselves and others
Cách giúp mình và người khác bình tĩnh

KHANG X. BACH

PHE X. BACH

Illustrated by | Minh hoạ bởi
SVETLANA ZRITNEVA

COI NGUON TO VIET FOUNDATION
& PHAT VIET LIBRARY

Designed and layout | Thiết kế và trình bày
BODHI MEDIA & LOTUS MEDIA
2021

ISBN: 979-8-8690-1838-0

Giới Thiệu:
CHÚ GÀ CON GIỮ CHÁNH NIỆM
CHÂN VĂN ĐỖ QUÝ TOÀN

Cuốn sách nhỏ này có thể áp dụng được. Trẻ em có khả năng tập sống trong chánh niệm một cách tự nhiên, dễ dàng. Tôi đã thấy và đã học, từ một cháu bé.

Hồi ba, bốn tuổi, cháu Anica thường được gửi ông bà ngoại nhiều lần, có khi ở lâu mấy tháng. Buổi tối bà ngoại ngồi thiền, cháu hỏi bà làm gì, sao không chơi với cháu. Bà nói bà ngồi thở, tốt lắm. Bà rủ cháu cùng ngồi. Cháu vì thương bà nên đồng ý ngồi xuống, được mấy lần.

Khi cháu 6, 7 tuổi, ở xa ông bà đã mấy năm, một hôm mẹ cháu điện thoại kể ông bà nghe một bài cháu viết trong lớp. Cô giáo bảo các học sinh hãy kể lại về nơi nào mình thích nhất. Anica kể ở nhà ông bà. Cháu nhắc đến chuyện buổi tối bà rủ ngồi thở, viết "… có thể nói là chán lắm, nhưng cũng tốt. Vì bây giờ mỗi khi tôi bực tức (*upset*) chuyện gì, tôi thở một hơi từ từ, thấy hết *upset*."

Cháu Anica theo bố mẹ qua sống ở Thái Lan lúc một tuổi. Nhà cháu ở trong khu Đại học Mahidol. Mỗi khi theo bố mẹ ra ngoài, cháu thấy các sinh viên đi tới góc đường thì đứng lại, ngưng trò chuyện, chắp tay vái pho tượng Phật trên ban thờ. Dân Thái Lan hay đặt bàn thờ Phật khắp nơi như vậy. Ngày ngày, Anica bắt chước vái theo. Cháu học được động từ "vái" trong tiếng Thái Lan.

Khi về thăm ông bà ở Mỹ, vào trong nhà thấy bàn thờ Phật cháu cũng dừng chân, chắp tay, vái. Ra vườn thấy pho tượng Quán Thế Âm, cháu cung kính vái.

Một hôm hai ông cháu cùng ở vườn sau nhà, ông ngồi đọc sách, cháu tha thần với mấy món đồ chơi. Có lúc, ông ngoại ngẩng đầu lên khỏi cuốn sách để tìm cháu, thấy cháu đang đứng trước một bông hoa. Cháu đứng nhìn hoa, im lặng, khoảng một phút đồng hồ, rồi bỗng dưng cháu chắp hai bàn tay lại, vái bông hoa, cung kính như vái Phật.

Ông ngoại ngạc nhiên hỏi: "Anica, tại sao con vái bông hoa?" Tôi nói tiếng Anh, trừ động từ "vái." Cháu trả lời: "Vì nó đẹp quá!" (Because, it's beautiful!)

Đứa cháu ba bốn tuổi đã dậy ông một bài học. Nhìn một bông hoa đẹp, nhìn chăm chú, nhìn toàn thể, nhìn bằng mắt, nhìn bằng cả tâm, thân. Cả thế giới chỉ còn bông hoa và người đứng ngắm hoa. Người và hoa thở chung một bầu không khí, trao đổi với nhau trong im lặng. Không biết cháu thấy bông hoa đẹp thế nào đến nỗi trong lòng nổi lên một niềm mến yêu, cung kính, biết ơn, cháu chắp tay vái.

Từ đó, mỗi khi nhìn một bông hoa tôi lại thực tập bài học của Anica. Khi thấy một cảnh chiều tà mặt trời đỏ ối, tôi chăm chú định thần ngắm nghía. Gặp một tảng đá đẹp, một gốc cây già, một búp lá xanh, tôi chiêm ngưỡng, rồi cúi đầu vái. Thế giới chung quanh thay đổi.

Các em nhỏ có thể thực tập theo cuốn sách này của Bạch Xuân Khang và Bạch Xuân Phẻ. Tập thở chậm và đều. Dễ lắm. Tập khi ăn thì biết đang ăn gì, ăn thế nào, cảm thấy miệng mình tiếp xúc với từng miếng thức ăn. Khi đi, biết chân mình bước thế nào, mỗi hơi thở mình đi mấy bước. Như thế gọi là có chánh niệm. Khi trong lòng nổi lên một niềm vui hay một nỗi bực bội, bỗng nhiên mình nhận ra: Ah! Mình đang vui! Ah! Mình đang giận! Đó cũng là có chánh niệm.

Bất cứ người theo tôn giáo nào hay không có tôn giáo đều có thể thực tập chánh niệm. Sống chánh niệm quen dần dần, sẽ thấy mình sống bình an, hạnh phúc hơn.

Xin mời quý vị thử đọc cuốn sách nhỏ này, đọc từ từ, từng dòng, từng chữ. Đọc một trang rồi gấp sách lại, thở một hơi dài chậm và đều.

Xin chép tặng quý vị và hai tác giả một bài thơ viết ở Làng Cây Phong, Québec, Canada, là nơi chúng tôi vẫn về thực tập sống chánh niệm.

HÂN HOAN NHƯ MỚI THỞ LẦN ĐẦU

Ở trên núi rất nhiều không khí
Người tới đó tha hồ được thở
Hít vô hai lá phổi đã đời
Máu chảy nhộn nhịp tim hớn hở

*

Không khí rất tốt cho sức khỏe
Phải nói, không khí là nguồn vui
Dù người hăm bốn giờ bận rộn
Cũng nên thỉnh thoảng thở vài hơi

*

Vì không khí quý báu như thế
Cho nên mình phải thở đàng hoàng
Như khi người bịnh cần tẩm bổ
Phải đọc kỹ cách dùng thuốc thang

Trước hết người thở phải hít vào
Hít vào đầy đủ rồi thở ra
Hít vào, thở ra, bụng nghe ngóng
Cẩn thận như hồi tập lái xe
*

Dù mình biết thở không khó lắm
Nhưng thở vô ý là phí phạm
Trái đất, cỏ cây và mặt trời
Giữ bầu khí quyển mấy tỷ năm
Không biết, dùng sai, thật rất uổng
*

Cho nên vừa thở vừa chăm chú
Thở ra xong rồi là hít vào
Mỗi bận về Làng, lòng rộn rã
Hân hoan như mới thở lần đầu

ĐỖ QUÝ TOÀN

8

10

THE MINDFUL CHICK

How to calm ourselves and others

During the craziest time of my life,
everything was messy,
until I learned how to be mindful.

Ever since I started practicing mindfulness,
I am calmer.
I started to notice the smallest things,
and our family became better than before.

HÃY NHƯ LÀ CHÚ GÀ CON CÓ CHÁNH NIỆM

Cách giúp mình và người khác bình tĩnh

Trong khoảng thời gian xáo trộn nhất của cuộc đời,
mọi thứ đều hỗn loạn, hoang man,
từ dịch bệnh cho đến việc học trên mạng,
cho đến khi tôi học được cách lưu tâm chăm chú
vào chính mình.

Kể từ khi bắt đầu thực hành chánh niệm,
tôi nhận thấy mình bình tĩnh hơn,
chú ý đến những điều nhỏ nhất,
và gia đình chúng tôi tốt hơn trước.

We saw that showing respect to one another leads
to fewer arguments and fighting.
And now I am going to tell you my story as a baby chick.
I once was a very crazy chick,
and everything was chaotic until mindfulness
changed it all.

*Chúng tôi đã nhận ra tầm quan trọng
của việc thể hiện sự yêu thương và tôn trọng lẫn nhau
và điều này dẫn đến ít tranh cãi hơn.
Và bây giờ tôi sẽ kể cho các bạn nghe câu chuyện của tôi
khi còn là một chú gà con.
Tôi đã từng là một chú gà con đầy lo âu, sợ hãi,
và mọi thứ đều hỗn loạn
cho đến khi chánh niệm thay đổi tất cả.*

16

Now I am a mindful chick.
I love and respect my mama and papa.
I look out for my younger chicks.

I try to stay calm
when something bad happens.
I try to notice by breath, breathing in and out through my beak.

*Tôi là một gà con có chánh niệm
Tôi yêu và kính trọng Ba Mẹ tôi
Tôi biết trông nom và chăm sóc em tôi
Tôi cố gìn giữ bình tĩnh khi có chuyện không may xảy ra
Và cố gắng chú ý đến hơi thở của mình.
Tôi thở vào thật sâu và thở ra thật chậm.*

20

When it is time to eat,
I try to eat slowly and enjoy my seeds.
I want to be like the grown-ups in my family,
who are mindful.

Mama says that when you are mindful,
you notice everything around you.
Do you want to learn to be mindful too,
so you can be more focused, kind, and calm?

*Đến giờ ăn
thì hãy cố gắng ăn từ từ
và thưởng thức thực phẩm của mình.
Tôi muốn giống như những người lớn trong gia đình mình,
là những người có thực tập chú tâm, chánh niệm.*

*Mẹ nói rằng khi bạn chú tâm,
bạn sẽ để ý đến mọi thứ xung quanh mình.
Bạn có muốn học cách lưu tâm
để có thể tập trung, tử tế và bình tĩnh hơn không?*

24

A mindful chick must know
how to act all the time,
and remembers to take a deep breath no matter what!
Come join me so we can practice mindfulness together!

Now, let me tell you about what I was like
before I was a Mindful Chick.
I was very crazy--didn't pay attention to anything!
I wasn't that calm at all.
In my family, we argued over the littlest reasons!

I didn't share anything or take turns with my brothers
and sisters.
Now, if I can change, you can too!

Một chú gà ngoan,
biết tư duy phải biết hành động trong mọi tình huống
và luôn phải biết thở cho dù thế nào đi nữa!
Hãy cùng tôi thực hành chánh niệm bạn nhé!

Bây giờ, để tôi kể cho bạn nghe câu chuyện
trước khi tôi là một Chú gà có tâm ý.
Bạn biết không trước đây tôi rất điên rồ,
và tôi không để ý đến bất cứ điều gì.
Tôi không được bình tĩnh trong nhiều tình huống
và thường phản ứng ngay lập tức.
Anh em tôi thường tranh cãi vì những điều nhỏ nhặt.
Tôi không chịu thay phiên nói với nhau
hoặc chia sẻ bất cứ điều gì.
Tôi đã thay đổi và tôi tin là bạn cũng sẽ làm được.

28

Before learning about mindfulness,
I was lazy and crazy.
But, as I practiced more, I learned how to be calm,
and more aware of the things around me.
Then practicing became a habit—a fun habit.
If you practice, you will learn your own ways to find calm when
things feel crazy!

And now here I am, we can sing together!
Be COOL or BCOOL (**B**reathe - **C**alm - **O**bserve - **O**K - **L**ove)
Like I sing with my family! (Sing it three times.)

*Khi mới bắt đầu học về chánh niệm,
tôi rất lười biếng và không muốn thực tập.
Nhưng, sau nhiều ngày tôi đã quen với nó,
và may mắn thay tôi đã tìm được sự bình tĩnh
và nhận thức được mọi thứ xung quanh mình.
Rồi thực tập chánh niệm trở thành một thói quen,
một thói quen tốt.
Tôi đã học được nhiều bài học quý giá về chánh niệm,
và nếu bạn bắt đầu thực hành,
chắc chắn bạn sẽ hiểu và tìm thấy sự bình tĩnh
trong chính mình.*

Tôi thực hành **BCOOL** (*Hãy thư giãn*)
(**B**reathe - Thở sâu, **C**alm - Bình tĩnh, **O**bserve - Quan sát,
Ok - Chấp nhận, **L**ove - Yêu thương) với gia đình tôi.

32

I practice "Take Five," a five-step way to calm myself
and help me with big emotions…

1. First step: Just Breathe.
I take three deep breaths.
If time allows, take five nice long breaths while tracing your hand (Put your right index finger on the side of your left pinkie, take a deep breath and move it up
and down to trace your left hand).
Or just breathing while counting, breathing in and out, count as 1 and slowly do so from 1 to 10.

2. Second step: Do no harm.
Let's remind ourselves not to hurt anyone, including self-harm, family members, or friends.
(It is never good to hurt yourself or others).

*Tôi cũng thực hành "Thực hiện 5 phép lạ"
hoặc phương pháp 5-bước để cho bản thân được bình tĩnh
và kiểm soát những cảm xúc lớn của mình.*

1. Thở:

*Tôi hít thở sâu ba lần.
Nếu thời gian cho phép, tôi hít thở sâu 5 lần
trong khi vẽ theo 5 ngón tay của mình;
hoặc tôi có thể vừa thở và đếm chậm từ 1 đến 10
trước khi phản hồi.*

2. Không làm hại:

*Tôi nhắc nhở bản thân không được làm tổn thương bất cứ ai,
kể cả tôi, gia đình hay bạn bè của tôi.
(Không bao giờ làm tổn thương người khác
hoặc bản thân mình).*

3. Third step: Come back to yourself.
For example, I use my words to say how I feel and what I wish would happen. And not blame others.

4. Fourth step: Seek a solution.
I seek help when I am struggling.

5. Fifth step: Be patient.
I know big emotions take time to calm down and to heal.

That's what Mindful Chicks like me practice.
It brings me calmness, peace and much love.
I did it, and now you can too!

3. Trở lại chính mình:
Tôi nói ra cảm giác của tôi và những gì tôi mong ước sẽ xảy ra. Ví dụ. Khi tôi giận
thì tôi nói tôi đang giận;
tôi buồn người khác thì tôi nói tôi buồn vì người khác, v.v...
Những cảm giác này sẽ đến và đi như người khác
đến thăm bạn.

4. Tìm sự giúp đỡ:
Tôi tìm sự giúp đỡ trong cách giải quyết vấn đề của riêng mình.
Tôi hỏi ý kiến từ người lớn và bạn bè,
những người mà tôi tin tưởng.

5. Kiên nhẫn:
Tôi biết luôn cần có thời gian
để lấy lại sự bình tĩnh
và cho cảm xúc mạnh mẽ được nguôi đi hay chữa lành
những vết thương lòng.
Đó là điều mà những chú gà bé như tôi luyện tập.
Nó mang lại cho tôi sự bình yên và nhiều tình yêu thương.
Tôi đã làm được và bây giờ bạn cũng làm được!

38

Here are some exercises that you can do with me.

Breathing in deeply, say "I am here."
Breathing out slowly, say "I am now."
Breathing in, say "I know I am breathing in."
Breathing out, say "I know I am breathing out."

Breathing in, say "May I be well."
Breathing out, say "May I be safe."
Breathing in, say "May I be at ease."
Breathing out, say "May I be free."

Những khi buồn giận hay có những cảm xúc mạnh,
đây là một số bài tập mà bạn có thể thực tập với tôi.

Thở vào bằng lỗ mũi, (và nói) Tôi đang ở đây.
Thở ra thật sâu, (và nói) Tôi có mặt ngay bây giờ.
Thở vào, (nói) Tôi biết tôi đang thở vào.
Thở ra, (nói) Tôi biết tôi đang thở ra.

Thở vào, (nói) Cầu mong tôi khỏe.
Thở ra, (nói) Cầu mong tôi được bình an.
Thở vào, (nói) Cầu mong tôi được thanh thản.
Thở ra, (nói) Cầu mong tôi được tự do.

Breathing in, say "May you be well."
Breathing out, say "May you be safe."
Breathing in, say "May you be at ease."
Breathing out, say "May you be free."

Breathing in, say "May we be well."
Breathing out, say "May we be safe."
Breathing in, say "May we be at ease."
Breathing out, say "May we be free."

Thở vào, (nói) Cầu mong bạn khỏe mạnh.
Thở ra, (nói) Cầu mong bạn được bình an.
Thở vào, (nói) Cầu mong bạn được thanh thản.
Thở ra, (nói) Cầu mong bạn được tự do.

Thở vào, (nói) Cầu mong chúng ta khỏe mạnh.
Thở ra, (nói) Cầu mong chúng ta được bình an.
Thở vào, (nói) Cầu mong chúng ta được thanh thản.
Thở ra, (nói) Cầu mong chúng ta được tự do.

44

Practice mindful body or sitting still each day.
Now try with me, just sit still and don't move for three minutes
or just take 30 deep breaths.
Breathing in, notice you are breathing in.
Breathing out, notice you are breathing out.
That's one!
In. Out. Repeat.

This is the last practice.
Put your hands together as a lotus flower.
Rub your hands (10 times) together to warm them up.
Then put your right hand on your heart,
and your left hand on your stomach.
Close your eyes if you feel safe.
ake three long nice deep breaths,
and please repeat after me.

*Bạn hãy tập ngồi yên
hoặc giữ yên lặng trong một thời gian ngắn mỗi ngày.
Bây giờ, hãy thử ngồi yên với tôi trong 3 phút
hoặc chỉ hít thở sâu 30 lần.
Thở vào, tôi biết tôi đang thở vào.
Thở ra, tôi biết tôi đang thở ra.
Thở vào, thở ra, đếm 1, vào ra và đếm 2… Lặp lại từ 1 đến 10.*

*Đây là bài tập cuối cùng,
hãy chắp tay lại làm hoa sen,
bây giờ, hãy xoa hai bàn tay vào nhau, lên và xuống 10 lần
để làm ấm bàn tay của bạn.
Đặt tay phải trên trái tim của bạn
và tay trái trên bụng của bạn.
Hít thở thật sâu ba lần và hãy lặp lại cùng tôi.*

I-am-enough.
(Breathe)
You-are-enough.
(Breathe)
We-are-enough.
(Breathe)

May you and your family be safe, well, at ease and happy.

Tôi-đủ-rồi.
Bạn-đủ-rồi
Chúng-ta-đủ-rồi.

Cầu chúc bạn và gia đình luôn an lành.

50

"The Mindful Chick" is a lovely book, reminding us that through the practice of kindness and remembering to take slow breaths, we can learn to be more mindful of ourselves, our surroundings, and each other so that we can be calmer and kinder to our friends and family. A great part of any family's social and emotional toolkit. ~ **Andrew Jordan Nance** - Author of *Puppy Mind, The Lion in Me, The Barefoot King,* and *Mindful Arts in the Classroom*

"This wonderful book connects children and people of all ages to the gentle power of mindfulness. The poetic words and beautiful illustrations of "Mindful Chick" remind us all to be present and kind in everyday life." ~ Ofosu Jones-Quartey a.k.a. Born I, mindfulness teacher, musician and author of *"You Are Enough"*

"The Mindful Chick" là một cuốn sách đáng yêu, nhắc nhở chúng ta thực hành tâm từ bi và nhớ thở thật chậm, chúng ta có thể học cách quan tâm hơn đến bản thân mình, môi trường xung quanh và người khác để chúng ta có thể bình tĩnh hơn và tử tế hơn đối với bạn bè và gia đình của mình. Cuốn sách này là một phần tuyệt vời của bộ công cụ xã hội và tình cảm của bất kỳ gia đình nào."

~ Andrew Jordan Nance - Tác giả của *Puppy Mind, The Lion in Me, The Barefoot King,* and *Mindful Arts in the Classroom*

"Cuốn sách kết nối trẻ em và người đọc mọi lứa tuổi bằng lời kể nhẹ nhàng của chánh niệm. Những vần thơ, hình ảnh minh họa ngộ nghĩnh và gần gũi của Hãy Như Là Chú Gà Con Có Chánh Niệm ("Mindful Chick") nhắc nhở chúng ta hãy có mặt cho nhau và tử tế trong cuộc sống hàng ngày."

~ Ofosu Jones-Quartey, giáo viên, nhạc sĩ và tác giả của *"You Are Enough"*

About the authors

Khang Bach was a freshman at Sheldon High School in Elk Grove, CA, when he first started writing this book and is now a sophomore. He is a member of Kim Quang Buddhist Youth Association.

Dr. Phe Bach is an educator, poet, author, and Buddhist youth leader. He is also a mindfulness instructor for Be Mindful, C. Mindfulness, LLC. He presented mindfulness and mindful leadership topics in the USA, Thailand, Spain, India, and Vietnam. Dr. Bach presented for the United Nations Days of Vesak. He also published research papers in different journals and authored or co-authored over 12 books.

Svetlana Zritneva is a Russian illustrator who has worked on dozens of projects all around the world.

Vài hàng về tác giả:

Bạch X. Khang là học sinh lớp 9 khi viết sách này và bây giờ là lớp trưởng trung học Sheldon, Elk Grove, CA. Khang là đoàn sinh ngành nam của đơn vị GĐPT Kim Quang, Sacramento, CA.

Tiến sỹ Bạch X. Phẻ là một nhà giáo dục, nhà thơ, tác giả và huynh trưởng GĐPT. Ông còn huấn luyện chánh niệm cho nhiều giới. Ông đã trình bày các chủ đề về chánh niệm và lãnh đạo chánh niệm ở Hoa Kỳ, Thái Lan, Tây Ban Nha, Ấn Độ và Việt Nam. Các bài báo và bài thuyết trình của ông cũng đã được thuyết trình tại Đại Lễ Phật Đản - VESAK của Liên Hiệp Quốc. Ông có hơn 12 tác phẩm đã phát hành.

Svetlana Zritneva là một họa sĩ minh họa sách thiếu nhi người Nga. Cô đã thực hiện hàng chục dự án minh hoạ sách trên khắp thế giới.

www.ingramcontent.com/pod-product-compliance
Lightning Source LLC
LaVergne TN
LVHW072122060526
838201LV00068B/4953